The Key to Better Connections: Communication Mastery

మంచి సంబంధాలకు కీలకం: కమ్యూనికేషన్ నైపుణ్యం

Rahul Jain

TABLE OF CONTENTS

Chapter 1: The Power of Communication

Chapter 1: సంభాషణ శక్తి

సమాచారమంటే ఏమిటి? ఎందుకు ముఖ్యం?

సమాచారం అనేది మన ఆలోచనలు, భావాలు మరియు అభిప్రాయాలను ఇతరులకు తెలియజేయడానికి మనం ఉపయోగించే ప్రక్రియ. ఇది మాటలు, శరీర భాష, వ్రాత మరియు ఇతర సంకేతాల సహాయంతో జరుగుతుంది. సమాచారం మన జీవితంలో అన్ని అంశాలకు ముఖ్యమైనది. ఇది మనకు ఇతరులతో బంధాన్ని ఏర్పరచుకోవడానికి, సహకరించడానికి మరియు మన లక్ష్యాలను సాధించడానికి సహాయపడుతుంది.

సమాచారం ముఖ్యమైన కారణాలు ఇక్కడ ఉన్నాయి:

- ఇది మనకు ఇతరులతో బంధాన్ని ఏర్పరచుకోవడానికి సహాయపడుతుంది. మన ఆలోచనలు, భావాలు మరియు అభిప్రాయాలను ఇతరులతో పంచుకున్నప్పుడు, మనం వారితో బంధాన్ని ఏర్పరుచుకుంటాము. ఇది స్నేహాలు, కుటుంబ సంబంధాలు మరియు ప్రేమ సంబంధాలకు ఆధారం.

- ఇది మనకు సహకరించడానికి సహాయపడుతుంది. సమాచారం లేకుండా, మనం మన లక్ష్యాలను సాధించడానికి కలిసి పనిచేయలేము. ఉదాహరణకు, ఒక ప్రాజెక్టుపై పనిచేసే బృందంలో, సభ్యులు తమ ఆలోచనలు మరియు అభిప్రాయాలను

పంచుకోవాలి, తద్వారా వారు ప్రభావవంతంగా సహకరించగలరు.

- ఇది మనకు మన లక్ష్యాలను సాధించడానికి సహాయపడుతుంది. మన లక్ష్యాలను ఇతరులకు తెలియజేసినప్పుడు, వారు మనకు మద్దతు ఇవ్వగలరు మరియు మనం సాధించడానికి సహాయపడగలరు. ఉదాహరణకు, ఉద్యోగం కోసం దరఖాస్తు చేస్తున్నప్పుడు, మనం మన నైపుణ్యాలు మరియు అనుభవాన్ని ఇంటర్వ్యూయర్‌కు తెలియజేయాలి. ఇది మనకు ఉద్యోగం పొందడానికి మంచి అవకాశం ఇస్తుంది.

సమాచారం యొక్క రకాలు

సమాచారం యొక్క రెండు ప్రధాన రకాలు ఉన్నాయి:

- వెర్బల్ కమ్యూనికేషన్: ఇది మాటలతో జరిగే సమాచారం. ఇది మనం ఇతరులతో మాట్లాడేటప్పుడు, ఫోన్‌లో మాట్లాడేటప్పుడు లేదా వీడియో కాల్‌లో మాట్లాడేటప్పుడు జరుగుతుంది.

- నాన్-వెర్బల్ కమ్యూనికేషన్: ఇది మాటలకు మించి సమాచారం ఇచ్చే సమాచారం. ఇది మన శరీర భాష, ముఖ కవళికలు, టోన్ ఆఫ్ వాయిస్ మరియు వస్త్రధారణ ద్వారా జరుగుతుంది.

సమాచారం యొక్క ఈ రెండు రకాలు కూడా ముఖ్యమైనవి. వెర్బల్ కమ్యూనికేషన్ మనం చెప్పే దానికి అర్థం ఇస్తుంది, నాన్-వెర్బల్ కమ్యూనికేషన్ మనం ఎలా చెబుతున్నామో దానికి అర్థం ఇస్తుంది.

సమర్థవంతమైన సమాచారం యొక్క ప్రయోజనాలు

సమర్థవంతమైన సమాచారం అనేది మన ఆలోచనలు, భావాలు మరియు అభిప్రాయాలను ఇతరులకు స్పష్టంగా మరియు సంక్షిప్తంగా తెలియజేయగల సామర్థ్యం. ఇది మన జీవితంలో అన్ని అంశాలకు ముఖ్యమైనది, వ్యక్తిగత సంబంధాల నుండి వృత్తిపరమైన విజయం వరకు.

సమర్థవంతమైన సమాచారం యొక్క కొన్ని ప్రయోజనాలు ఇక్కడ ఉన్నాయి:

- ఇది మనకు ఇతరులతో బలమైన సంబంధాలు ఏర్పరచుకోవడానికి సహాయపడుతుంది. మనతో కమ్యూనికేట్ చేయడానికి సమర్థవంతంగా ఉన్నప్పుడు, ఇతరులు మనల్ని అర్థం చేసుకున్నారని మరియు విలువైనవారని భావిస్తారు. ఇది మనకు స్నేహితులు, కుటుంబం మరియు సహోద్యోగులతో బలమైన సంబంధాలు ఏర్పరచుకోవడానికి సహాయపడుతుంది.

- ఇది మనకు మన లక్ష్యాలను సాధించడానికి సహాయపడుతుంది. మన లక్ష్యాలను ఇతరులకు స్పష్టంగా మరియు సంక్షిప్తంగా తెలియజేయగలిగినప్పుడు, వారు మనకు మద్దతు ఇవ్వగలరు మరియు మనం సాధించడానికి సహాయపడగలరు. ఉదాహరణకు, ఉద్యోగం కోసం దరఖాస్తు చేస్తున్నప్పుడు, మనం మన నైపుణ్యాలు మరియు అనుభవాన్ని ఇంటర్వ్యూయర్‌కు స్పష్టంగా మరియు సంక్షిప్తంగా తెలియజేయాలి. ఇది మనకు ఉద్యోగం పొందడానికి మంచి అవకాశం ఇస్తుంది.

- ఇది మనకు మన సమయాన్ని మరియు శక్తిని ఆదా చేస్తుంది. మన ఆలోచనలు, భావాలు మరియు అభిప్రాయాలను ఇతరులకు స్పష్టంగా మరియు సంక్షిప్తంగా తెలియజేయగలిగినప్పుడు, అపార్థాలు మరియు తప్పులు తగ్గుతాయి. ఇది మన సమయాన్ని మరియు శక్తిని ఆదా చేస్తుంది, తద్వారా మనం ఇతర ముఖ్యమైన విషయాలపై దృష్టి పెట్టవచ్చు.

- ఇది మనకు ఒత్తిడిని తగ్గించడానికి సహాయపడుతుంది. మన ఆలోచనలు, భావాలు మరియు అభిప్రాయాలను ఇతరులకు స్పష్టంగా మరియు సంక్షిప్తంగా తెలియజేయగలిగినప్పుడు, మనం అర్థం చేసుకున్నామని మరియు విలువైనవారమని భావిస్తాము. ఇది మన ఒత్తిడిని తగ్గించడానికి మరియు మన మానసిక ఆరోగ్యాన్ని మెరుగుపరచడానికి సహాయపడుతుంది.

- ఇది మనకు నాయకులుగా ఎదగడానికి సహాయపడుతుంది. నాయకులు తమ సందేశాన్ని స్పష్టంగా మరియు సంక్షిప్తంగా కమ్యూనికేట్ చేయగలగాలి. వారు తమ జట్టును స్ఫూర్తినింపాలి మరియు వారిని సరైన దిశలో నడిపించాలి. సమర్థవంతమైన సమాచార నైపుణ్యాలు నాయకులుగా ఎదగడానికి మనకు సహాయపడతాయి.

సమాచారం యొక్క వివిధ రకాలు

సమాచారం వివిధ రకాలుగా ఉంటుంది, ప్రతి రకానికి దాని స్వంత ప్రయోజనాలు మరియు అప్రయోజనాలు ఉంటాయి. సమాచారం యొక్క కొన్ని సాధారణ రకాలు ఇక్కడ ఉన్నాయి:

- వెర్బల్ కమ్యూనికేషన్: ఇది మాటలతో జరిగే సమాచారం. ఇది మనం ఇతరులతో మాట్లాడేటప్పుడు, ఫోన్‌లో మాట్లాడేటప్పుడు లేదా వీడియో కాల్‌లో మాట్లాడేటప్పుడు జరుగుతుంది. వెర్బల్ కమ్యూనికేషన్ అత్యంత సాధారణ రకమైన సమాచారం, ఎందుకంటే ఇది మన ఆలోచనలు, భావాలు మరియు అభిప్రాయాలను ఇతరులకు స్పష్టంగా మరియు సంక్షిప్తంగా తెలియజేయడానికి మాకు అనుమతిస్తుంది.

- నాన్-వెర్బల్ కమ్యూనికేషన్: ఇది మాటలకు మించి సమాచారం ఇచ్చే సమాచారం. ఇది మన శరీర భాష, ముఖ కవళికలు, టోన్ ఆఫ్ వాయిస్ మరియు వస్త్రధారణ ద్వారా జరుగుతుంది. నాన్-వెర్బల్ కమ్యూనికేషన్ మనం చెప్పే దానికి అర్థం ఇస్తుంది మరియు మన సందేశాన్ని బలపరుస్తుంది.

- వ్రాతపూర్వక సమాచారం: ఇది మన ఆలోచనలు, భావాలు మరియు అభిప్రాయాలను వ్రాత ద్వారా తెలియజేసే సమాచారం. ఇది ఇమెయిల్‌లు, లేఖలు, నివేదికలు మరియు పుస్తకాల వంటి వ్రాతపూర్వక మాధ్యమాల ద్వారా జరుగుతుంది. వ్రాతపూర్వక సమాచారం మన సందేశాన్ని స్పష్టంగా మరియు సంక్షిప్తంగా

తెలియజేయడానికి మాకు సమయం ఇస్తుంది, మరియు ఇది రికార్డు కోసం ఉంటుంది.

- దృశ్య సమాచారం: ఇది చిత్రాలు, గ్రాఫ్‌లు, చార్ట్‌లు మరియు వీడియోల వంటి దృశ్య మాధ్యమాల ద్వారా సమాచారాన్ని అందించే ప్రక్రియ. దృశ్య సమాచారం మన సందేశాన్ని మరింత ఆకర్షణీయంగా మరియు అర్థమయ్యేలా చేస్తుంది, మరియు ఇది సంక్లిష్ట సమాచారాన్ని సరళీకృత రూపంలో అందించడానికి ఉపయోగించవచ్చు.

- శబ్ద సమాచారం: ఇది సంగీతం, శబ్దాలు మరియు ప్రభావాల వంటి శబ్ద మాధ్యమాల ద్వారా సమాచారాన్ని అందించే ప్రక్రియ. శబ్ద సమాచారం మన సందేశాన్ని మరింత ఆకర్షణీయంగా మరియు అనుభవంగా చేస్తుంది, మరియు ఇది భావోద్వేగాలను రేకెత్తించడానికి ఉపయోగించవచ్చు.

సమాచార ప్రక్రియ

సమాచార ప్రక్రియ అనేది మన ఆలోచనలు, భావాలు మరియు అభిప్రాయాలను ఇతరులకు తెలియజేయడానికి మనం ఉపయోగించే ప్రక్రియ. ఇది మాటలు, నాన్-వెర్బల్ కమ్యూనికేషన్, వ్రాతపూర్వక సమాచారం, దృశ్య సమాచారం మరియు శబ్ద సమాచారం వంటి వివిధ రకాల సమాచారాన్ని ఉపయోగించి జరుగుతుంది.

సమాచార ప్రక్రియలో ఈ క్రింది దశలు ఉంటాయి:

1. సందేశాన్ని ఎన్‌కోడ్ చేయడం: ఇది మన ఆలోచనలు, భావాలు మరియు అభిప్రాయాలను సమాచారంగా అనువదించే ప్రక్రియ. మనం ఏమి చెప్పాలనుకుంటున్నామో మరియు ఎలా చెప్పాలనుకుంటున్నామో నిర్ణయించడం ద్వారా మనం సందేశాన్ని ఎన్‌కోడ్ చేయడం ప్రారంభిస్తాము.

2. సందేశాన్ని పంపడం: ఇది ఎన్‌కోడ్ చేసిన సందేశాన్ని ఇతరులకు తెలియజేసే ప్రక్రియ. మనం మాటలు, నాన్-వెర్బల్ కమ్యూనికేషన్, వ్రాతపూర్వక సమాచారం, దృశ్య సమాచారం మరియు శబ్ద సమాచారం వంటి వివిధ రకాల సమాచారాన్ని ఉపయోగించి సందేశాన్ని పంపవచ్చు.

3. సందేశాన్ని డీకోడ్ చేయడం: ఇది పంపబడిన సందేశాన్ని అర్థం చేసుకోవడానికి గ్రహీత ఉపయోగించే ప్రక్రియ. గ్రహీత తమ అవగాహన, నమ్మకాలు మరియు అనుభవాలను ఉపయోగించి సందేశాన్ని డీకోడ్ చేస్తారు.

4. అభిప్రాయం: ఇది గ్రహీత సందేశానికి స్పందించే ప్రక్రియ. గ్రహీత తమ అవగాహనను, అంగీకారాన్ని లేదా అసమ్మతిని వ్యక్తపరుస్తూ సందేశానికి స్పందించవచ్చు.

సమాచార ప్రక్రియ యొక్క ఈ దశలు అన్నింటికీ సమానంగా ముఖ్యమైనవి. ఒక దశలోనైనా ఏదైనా అంతరాయం ఉంటే, సందేశం స్వీకర్తచే స్పష్టంగా అర్థం చేసుకోబడకపోవచ్చు.

సమాచార ప్రక్రియకు అంతరాయాలు

సమాచార ప్రక్రియకు అనేక రకాల అంతరాయాలు ఉండవచ్చు, వీటిలో కొన్ని:

- బాహ్య అంతరాయాలు: ఇవి సమాచార ప్రక్రియకు బయటి నుండి వచ్చే అంతరాయాలు. ఉదాహరణకు, ఫోన్ కాల్, నోటిఫికేషన్ లేదా బ్యాక్‌గ్రౌండ్ శబ్దం వంటివి బాహ్య అంతరాయాలు కావచ్చు.

- అంతర్గత అంతరాయాలు: ఇవి సమాచార ప్రక్రియకు మనలోనే వచ్చే అంతరాయాలు. ఉదాహరణకు, మన ఆలోచనలు, భావాలు మరియు అనుభవాలు వంటివి అంతర్గత అంతరాయాలు కావచ్చు.

సమర్థవంతమైన సమాచారానికి అడ్డంకులు

సమర్థవంతమైన సమాచారానికి అనేక రకాల అడ్డంకులు ఉండవచ్చు. ఈ అడ్డంకులు సందేశాన్ని ఎన్‌కోడ్ చేయడం, పంపడం, డీకోడ్ చేయడం లేదా అభిప్రాయం వ్యక్తపరచడం వంటి సమాచార ప్రక్రియ యొక్క ఏ దశలోనైనా సంభవించవచ్చు.

సమాచారానికి అడ్డంకుల రకాలు

సమాచారానికి అడ్డంకులను క్రింది విధంగా వర్గీకరించవచ్చు:

- వ్యక్తిగత అడ్డంకులు: ఇవి వ్యక్తి యొక్క సొంత అవగాహనలు, నమ్మకాలు మరియు అనుభవాల నుండి వచ్చే అడ్డంకులు. ఉదాహరణకు, భాషా అవరోధాలు, సాంస్కృతిక అవరోధాలు, వ్యక్తిగత పక్షపాతం మరియు పూర్వ అభిప్రాయాలు వంటివి వ్యక్తిగత అడ్డంకులు కావచ్చు.

- సంస్థాగత అడ్డంకులు: ఇవి సంస్థ యొక్క నిర్మాణం, విధానాలు మరియు సంస్కృతి నుండి వచ్చే అడ్డంకులు. ఉదాహరణకు, అధికార స్థాయిల మధ్య సమాచారం ప్రవహించకపోవడం, సంస్థ యొక్క విధానాలు స్పష్టంగా లేకపోవడం మరియు అభిప్రాయం వ్యక్తపరచడానికి మద్దతు లేకపోవడం వంటివి సంస్థాగత అడ్డంకులు కావచ్చు.

- భౌతిక అడ్డంకులు: ఇవి సమాచారాన్ని పంపడం లేదా స్వీకరించడంలో అంతరాయం కలిగించే భౌతిక అడ్డంకులు. ఉదాహరణకు, శబ్దం, చెడు లైటింగ్ లేదా

చెడు నెట్‌వర్క్ కనెక్షన్ వంటివి భౌతిక అడ్డంకులు కావచ్చు.

- సాంకేతిక అడ్డంకులు: ఇవి సమాచారాన్ని పంపడం లేదా స్వీకరించడానికి ఉపయోగించే సాంకేతిక పరికరాలు లేదా సాఫ్ట్‌వేర్‌లోని అడ్డంకులు. ఉదాహరణకు, చెడిపోయిన మైక్రోఫోన్, పనిచేయని కెమెరా లేదా కాల్ డ్రాప్ అవడం వంటివి సాంకేతిక అడ్డంకులు కావచ్చు.

Chapter 2: The Foundation of Effective Communication
Chapter 2: సమర్ధవంతమైన కమ్యూనికేషన్ యొక్క పునాదులు

స్వీయ అవగాహన: మీ సొంత సంభాషణ శైలి మరియు ప్రాధాన్యతలను అర్థం చేసుకోవడం

స్వీయ అవగాహన అంటే ఏమిటి?

స్వీయ అవగాహన అనేది మీ సొంత ఆలోచనలు, భావాలు, ప్రవర్తనలు మరియు ప్రేరణలను అర్థం చేసుకోవడం. ఇది మీ బలాలు మరియు బలహీనతలను గుర్తించడం, మీరు ఎలాంటి వ్యక్తిత్వం కలిగి ఉన్నారో అర్థం చేసుకోవడం మరియు మీరు ఇతరులతో ఎలా సంభాషించారో అవగాహన కలిగి ఉండడం.

స్వీయ అవగాహన మీ సొంత సంభాషణ శైలి మరియు ప్రాధాన్యతలను అర్థం చేసుకోవడంలో కూడా ముఖ్యమైన పాత్ర పోషిస్తుంది. మీ సంభాషణ శైలి మీరు మాట్లాడే లేదా వ్రాసే విధానాన్ని సూచిస్తుంది. ఇది మీరు ఉపయోగించే పదాలు, మీ శరీర భాష మరియు మీ టోన్‌ను కలిగి ఉంటుంది. మీ సంభాషణ ప్రాధాన్యతలు అంటే మీరు ఇతరులతో ఎలా సంభాషించాలనుకుంటున్నారో అని అర్థం. ఇది మీరు ఇష్టపడే కమ్యూనికేషన్ ఛానెల్‌లను, మీకు కావలసిన సంభాషణ పేస్‌ను మరియు మీరు ఇష్టపడే సంభాషణ శైలులలను కలిగి ఉంటుంది.

మీ సంభాషణ శైలి మరియు ప్రాధాన్యతలను అర్థం చేసుకోవడం ఎందుకు ముఖ్యం?

మీ సంభాషణ శైలి మరియు ప్రాధాన్యతలను అర్థం చేసుకోవడం అనేది ప్రభావవంతమైన కమ్యూనికేటర్‌గా ఉండటానికి కీలకం. మీరు మీ సంభాషణ శైలిని మరియు ప్రాధాన్యతలను తెలుసుకుంటే, మీరు మీ సందేశాన్ని మీ ప్రేక్షకులకు అర్థమయ్యే విధంగా చేయగలరు. ఇది మీ సందేశాన్ని మరింత ప్రభావవంతంగా చేయడానికి మరియు మీ ప్రేక్షకులతో మరింత బలమైన సంబంధాన్ని ఏర్పరచుకోవడానికి సహాయపడుతుంది.

మీ సంభాషణ శైలి మరియు ప్రాధాన్యతలను అర్థం చేసుకోవడం కూడా సంఘర్షణను నివారించడంలో మరియు పరిష్కరించడంలో మీకు సహాయపడుతుంది. మీరు మీ సొంత సంభాషణ శైలిని మరియు ప్రాధాన్యతలను తెలుసుకుంటే, ఇతరుల సంభాషణ శైలులు మరియు ప్రాధాన్యతలను మరింత సులభంగా అర్థం చేసుకోవచ్చు. ఇది మీరు ఇతరులతో మరింత సహనంతో మరియు అవగాహనతో ఉండటానికి సహాయపడుతుంది మరియు సంఘర్షణలను నివారించడానికి సహాయపడుతుంది.

చురుకైన వినికి: మరొకరు చెప్పేది శ్రద్ధగా వినడం మరియు ఆలోచనతో స్పందించడం

చురుకైన వినికి అనేది మరొకరు చెప్పేది శ్రద్ధగా వినడం మరియు ఆలోచనతో స్పందించడం. ఇది కేవలం పదాలను వినడం మాత్రమే కాదు, మరొకరు చెప్పేది అర్థం చేసుకోవడం మరియు వారి భావాలను అర్థం చేసుకోవడం. చురుకైన వినికి అనేది ఒక నైపుణ్యం, అది నేర్చుకోవచ్చు మరియు అభివృద్ధి చేయవచ్చు.

చురుకైన వినికి అనేది వ్యక్తిగత సంబంధాలు, వృత్తిపరమైన సంబంధాలు మరియు జీవితంలోని అన్ని రంగాలకు ముఖ్యమైనది. చురుకైన శ్రోతలుగా ఉండటం వల్ల మనకు క్రింది ప్రయోజనాలు ఉంటాయి:

- మనం మరింత బలమైన మరియు అర్థవంతమైన సంబంధాలను ఏర్పరచుకోవచ్చు.

- మనం మన సహచరుల నుండి, మేనేజర్ల నుండి మరియు క్లయింట్ల నుండి మంచి అభిప్రాయాన్ని పొందవచ్చు.

- మనం సమాచారాన్ని మరింత బాగా అర్థం చేసుకోవచ్చు మరియు నిర్ణయాలు తీసుకోవడంలో మరింత ప్రభావవంతంగా ఉంటాము.

- మనం సంఘర్షణలను నివారించడంలో మరియు పరిష్కరించడంలో మరింత మెరుగ్గా ఉంటాము.

చురుకైన వినికి సూత్రాలు

చురుకైన వినికికి కొన్ని ముఖ్యమైన సూత్రాలు ఉన్నాయి:

- శ్రద్ధగా వినండి. మరొకరు మాట్లాడుతున్నప్పుడు, వారి కళ్లలోకి చూడండి మరియు వారి శరీర భాషకు శ్రద్ధ ఇవ్వండి. వారు చెప్పేది అర్థం చేసుకోవడానికి ప్రయత్నించండి.

- విచక్షణగా ఉండండి. మరొకరు మాట్లాడుతున్నప్పుడు, వారి మాటలను పూర్తి చేయడానికి ప్రయత్నించవద్దు లేదా అంతరాయం కలిగించవద్దు. వారు చెప్పేది వినండి మరియు వారు పూర్తి చేసిన తర్వాత స్పందించండి.

- సహేతుకంగా ఉండండి. మరొకరితో ఏకీభవపడకపోయినా, వారు చెప్పేది వినడానికి మరియు అర్థం చేసుకోవడానికి ప్రయత్నించండి.

- వివరణ కోసం అడగండి. మరొకరు చెప్పేది మీకు అర్థం కానట్లయితే, వివరణ కోసం అడగడానికి సంకోచించకండి.

- మీ స్వంత అనుభవాలను పంచుకోండి. మరొకరితో మీకు అనుభవం ఉంటే, దాన్ని పంచుకోవడం ద్వారా వారికి మద్దతు ఇవ్వవచ్చు. అయితే, వారి అనుభవాలను తగ్గించేలా లేదా తిరస్కరించేలా ఉండకుండా జాగ్రత్త వహించండి.

పరానుభూతి: మరొకరి దృష్టికోణంలో విషయాలను చూడటానికి ప్రయత్నించడం

పరానుభూతి అనేది మరొకరి భావాలు, అనుభవాలు మరియు దృక్పథాలను అర్థం చేసుకోవడానికి ప్రయత్నించే సామర్థ్యం. ఇది మనకు మన సొంత భావాలను మరియు అనుభవాలను పక్కన పెట్టి, మరొకరి పరిస్థితిలో ఉంటే ఎలా అనిపిస్తుందో ఊహించడానికి సహాయపడుతుంది.

పరానుభూతి అనేది వ్యక్తిగత సంబంధాలు, వృత్తిపరమైన సంబంధాలు మరియు జీవితంలోని అన్ని రంగాలకు ముఖ్యమైనది. పరానుభూతి ఉన్నవారుగా ఉండటం వల్ల మనకు క్రింది ప్రయోజనాలు ఉంటాయి:

- మనం మరింత బలమైన మరియు అర్థవంతమైన సంబంధాలను ఏర్పరచుకోవచ్చు.

- మనం మన సహచరుల నుండి, మేనేజర్ల నుండి మరియు క్లయింట్ల నుండి మంచి అభిప్రాయాన్ని పొందవచ్చు.

- మనం సమాచారాన్ని మరింత బాగా అర్థం చేసుకోవచ్చు మరియు నిర్ణయాలు తీసుకోవడంలో మరింత ప్రభావవంతంగా ఉంటాము.

- మనం సంఘర్షణలను నివారించడంలో మరియు పరిష్కరించడంలో మరింత మెరుగ్గా ఉంటాము.

పరానుభూతిని అభివృద్ధి చేయడం ఎలా

పరానుభూతి అనేది సహజంగా వచ్చే నైపుణ్యం కాదు, కానీ అది నేర్చుకోవచ్చు మరియు అభివృద్ధి చేయవచ్చు.

పరానుభూతిని అభివృద్ధి చేయడానికి కొన్ని చిట్కాలు ఇక్కడ ఉన్నాయి:

- మరొకరి దృష్టికోణంలో విషయాలను చూడటానికి ప్రయత్నించండి. మరొకరు ఎలాంటి పరిస్థితిలో ఉన్నారో ఊహించండి మరియు వారు ఎలా అనిపిస్తుందో ఆలోచించండి.

- మరొకరి భావాలను అర్థం చేసుకోవడానికి ప్రయత్నించండి. వారి శరీర భాష, వారి టోన్ మరియు వారు ఉపయోగించే పదాలపై శ్రద్ధ వహించండి.

- మరొకరి అనుభవాలను గౌరవించండి. వారి అనుభవాలను తగ్గించేలా లేదా తిరస్కరించేలా ఉండకుండా జాగ్రత్త వహించండి.

- మరొకరికి మద్దతు ఇవ్వండి. వారు అనుభవిస్తున్న దానికి మీ సానుభూతిని మరియు అవగాహనను వారికి తెలియజేయండి.

గౌరవం: మరొకరిని మరియు వారి అభిప్రాయాలను విలువైనదిగా భావించడం

గౌరవం అనేది మరొక వ్యక్తిని మరియు వారి అభిప్రాయాలను విలువైనదిగా భావించే నాణ్యత. ఇది మనకు మన సొంత అభిప్రాయాలను మరియు విలువలను పక్కన పెట్టి, మరొక వ్యక్తిని వారిలాగే అంగీకరించడానికి సహాయపడుతుంది. గౌరవం అనేది వ్యక్తిగత సంబంధాలు, వృత్తిపరమైన సంబంధాలు మరియు జీవితంలోని అన్ని రంగాలకు ముఖ్యమైనది.

గౌరవం ఉన్న వ్యక్తులు క్రింది లక్షణాలను కలిగి ఉంటారు:

- వారు మరొకరి అభిప్రాయాలను వినడానికి మరియు అర్థం చేసుకోవడానికి సిద్ధంగా ఉంటారు.

- వారు మరొకరి భావాలను గౌరవిస్తారు.

- వారు మరొకరికి మద్దతు ఇస్తారు మరియు ప్రోత్సహిస్తారు.

- వారు మరొకరితో సహనంతో మరియు అవగాహనతో ఉంటారు.

గౌరవం ఎందుకు ముఖ్యం

గౌరవం ముఖ్యం ఎందుకంటే ఇది మనకు మరింత బలమైన మరియు అర్థవంతమైన సంబంధాలను ఏర్పరచుకోవడానికి, మన వృత్తి జీవితంలో విజయం సాధించడానికి మరియు మన జీవితాలలో మరింత సంతోషంగా ఉండటానికి సహాయపడుతుంది.

మన సంబంధాలను మెరుగుపర్చడానికి గౌరవాన్ని ఎలా ఉపయోగించాలి

గౌరవాన్ని ఉపయోగించి మన సంబంధాలను మెరుగుపరచడానికి కొన్ని చిట్కాలు ఇక్కడ ఉన్నాయి:

- మన భాగస్వాములు, పిల్లలు మరియు స్నేహితుల అభిప్రాయాలను వినడానికి మరియు అర్థం చేసుకోవడానికి సిద్ధంగా ఉండండి. మనం వారి అభిప్రాయాలతో ఏకీభవించకపోయినా, వారిని గౌరవించడానికి ప్రయత్నించాలి.

- మన భాగస్వాములు, పిల్లలు మరియు స్నేహితుల భావాలను గౌరవించండి. వారు ఎలా అనిపిస్తున్నారో తెలియజేయడానికి వారికి ప్రదేశం ఇవ్వండి మరియు వారి భావాలను తగ్గించేలా లేదా తిరస్కరించేలా ఉండకుండా జాగ్రత్త వహించండి.

- మన భాగస్వాములు, పిల్లలు మరియు స్నేహితులకు మద్దతు ఇవ్వండి మరియు ప్రోత్సహించండి. వారి లక్ష్యాలను సాధించడంలో మరియు వారి కలలను నెరవేర్చడంలో వారికి సహాయం చేయండి.

- మన భాగస్వాములు, పిల్లలు మరియు స్నేహితులతో సహనంతో మరియు అవగాహనతో ఉండండి. అందరికి తప్పులు చేస్తారని గుర్తుంచుకోండి మరియు వారిని క్షమించడానికి సిద్ధంగా ఉండండి.

Chapter 3: Communicating in Different Contexts
Chapter 3: వివిధ సందర్భాల్లో అనువైన భావవ్యక్తీకరణ

పనిచేసే చోట సమర్థవంతంగా కమ్యూనికేట్ చేయడం ఎలాగో తెలుసుకుందాం

పనిచేసే చోట సమర్థవంతంగా కమ్యూనికేట్ చేయడం అనేది చాలా ముఖ్యమైన నైపుణ్యం. ఇది మీ సహోద్యోగులు, మేనేజర్లు మరియు కస్టమర్లతో సంబంధాలను నిర్మించడానికి మరియు బలోపేతం చేయడానికి, సమాచారాన్ని స్పష్టంగా మరియు తక్కువగా అందించడానికి మరియు మీ లక్ష్యాలను సాధించడానికి సహాయపడుతుంది.

1. మీ శ్రోతలను అర్థం చేసుకోండి
మీరు కమ్యూనికేట్ చేస్తున్న వ్యక్తులను అర్థం చేసుకోవడం చాలా ముఖ్యం. వారి అవసరాలు, ఆసక్తులు మరియు అగివా స్థాయి ఏమిటి? వారు ఈ సమాచారాన్ని ఎలా ఉపయోగిస్తారు? మీ సందేశాన్ని వారు ఎలా అర్థం చేసుకోవాలని కోరుకుంటున్నారు?

2. మీ సందేశాన్ని స్పష్టంగా మరియు తక్కువగా అందించండి
మీరు చెప్పదలిచినది స్పష్టంగా మరియు తక్కువగా ఉండేలా చూసుకోండి. సంక్లిష్ట పదాలను మరియు పొడవాటి వాక్యాలను నివారించండి. మీ సందేశాన్ని బుల్లెట్ పాయింట్లు, సంఖ్యలు మరియు ఉదాహరణలతో ఏర్పాటు చేయండి.

3. శ్రద్ధగా వినండి

కమ్యూనికేషన్ అనేది వీధి రెండు మార్గాల. మీరు చెప్పదలిచినది చెప్పడమే కాకుండా, మీరు మీ శ్రోతలను కూడా వినాలి. వారి ప్రశ్నలకు సమాధానం ఇవ్వండి మరియు వారి ఆందోళనలను అర్థం చేసుకోవడానికి ప్రయత్నించండి.

4. ప్రొఫెషనల్‌గా ఉండండి

మీ సహోద్యోగులు, మేనేజర్లు మరియు కస్టమర్లతో ఎప్పుడూ ప్రొఫెషనల్‌గా ఉండండి. ఇది వృత్తిపరమైన భాషను ఉపయోగించడం, సమయానికి సమాధానం ఇవ్వడం మరియు విశ్వసనీయంగా ఉండటం అని అర్థం.

5. సానుకూలంగా ఉండండి

సానుకూల వైఖరితో కమ్యూనికేట్ చేయడం చాలా ముఖ్యం. ఇది మీ సహోద్యోగులను ఉత్తేజపరిచేలా చేస్తుంది మరియు మీ పని వాతావరణాన్ని మరింత ఆహ్లాదకరంగా చేస్తుంది.

కుటుంబ సభ్యులు మరియు స్నేహితులతో సమర్థవంతంగా కమ్యూనికేట్ చేయడం ఎలాగో తెలుసుకుందాం

కుటుంబ సభ్యులు మరియు స్నేహితులతో సమర్థవంతంగా కమ్యూనికేట్ చేయడం అనేది మన జీవితాలలో అత్యంత ముఖ్యమైన నైపుణ్యాలలో ఒకటి. ఇది మన సంబంధాలను బలపరుస్తుంది, మనకు మరింత సన్నిహితంగా ఉండటానికి సహాయపడుతుంది మరియు మనకు మరింత ఆనందాన్ని ఇస్తుంది.

1. కమ్యూనికేషన్‌కు సమయం కేటాయించండి

కుటుంబ సభ్యులు మరియు స్నేహితులతో కమ్యూనికేట్ చేయడానికి సమయం కేటాయించడం చాలా ముఖ్యం. ఇది డిన్నర్‌టైమ్‌లో మాట్లాడటం, వారానికి ఒకసారి ఫోన్ చేయడం లేదా కేవలం ఒకరికొకరు సందేశాలు పంపడం కావచ్చు. ముఖ్యమైన విషయం ఏమిటంటే, మీకు ముఖ్యమైన వారితో కనెక్ట్ అవ్వడానికి సమయం కేటాయించడం.

2. నిజాయితీగా ఉండండి

కుటుంబ సభ్యులు మరియు స్నేహితులతో నిజాయితీగా ఉండడం చాలా ముఖ్యం. వారు మీ నిజమైన స్వల్పాన్ని తెలుసుకున్నప్పుడు మాత్రమే మీరు బలమైన సంబంధాలను ఏర్పరచుకోగలరు. మీరు ఎల్లప్పుడూ సంతోషంగా ఉండవలసిన అవసరం లేదు, కానీ మీకు ఎలా ఉన్నాయో వారికి తెలియజేయడానికి భయపడవద్దు.

3. మంచి శ్రోతగా ఉండండి

కుటుంబ సభ్యులు మరియు స్నేహితులు ఏమి చెబుతున్నారో శ్రద్ధగా వినండి. వారి సమస్యలను వినండి మరియు వారికి మద్దతు ఇవ్వండి. వారికి సలహా ఇవ్వవలసిన అవసరం లేదు, కానీ వారు వినబడుతున్నారని మరియు అర్థం చేసుకున్నారని వారికి తెలియజేయండి.

4. గౌరవంగా ఉండండి

కుటుంబ సభ్యులు మరియు స్నేహితులను గౌరవించడం చాలా ముఖ్యం. వారి అభిప్రాయాలను గౌరవించండి, వారి సమయాన్ని గౌరవించండి మరియు వారి భావాలను గౌరవించండి. వారితో ఎలా మాట్లాడాలనుకుంటున్నారో అలాగే మాట్లాడండి.

5. మన్నించడం మరియు క్షమించడం నేర్చుకోండి

కుటుంబ సభ్యులు మరియు స్నేహితులతో తగాదాలు రావడం సహజమే. కానీ మన్నించడం మరియు క్షమించడం నేర్చుకుంటే మీ సంబంధాలను బలంగా ఉంచుకోవచ్చు. మీరు తప్పు చేసినప్పుడు క్షమించండి మరియు మీరు క్షమించినప్పుడు మన్నించండి.

అపరిచితులతో సమర్థవంతంగా కమ్యూనికేట్ చేయడం ఎలాగో తెలుసుకుందాం

అపరిచితులతో కమ్యూనికేట్ చేయడం కొంతమందికి భయపెట్టేదిగా ఉండవచ్చు. కానీ అది అంత కష్టం కాదు. కొన్ని సాధారణ చిట్కాలను అనుసరించడం ద్వారా, అపరిచితులతో సులభంగా మరియు సమర్థవంతంగా కమ్యూనికేట్ చేయవచ్చు.

1. చిరునవ్వుతూ ఉండండి

చిరునవ్వు అనేది సార్వత్రిక స్నేహపూర్వక సంజ్ఞ. అపరిచితులతో మాట్లాడేటప్పుడు చిరునవ్వుతూ ఉండటం వలన వారు సుఖంగా ఉంటారు మరియు మీతో మాట్లాడటానికి మరింత అవకాశం ఉంటుంది.

2. కంటికి కంటికి చూడండి

కంటికి కంటికి చూడటం అనేది మీరు శ్రద్ధగా వినడం మరియు మీరు ఆసక్తిగా ఉన్నారని చూపించే మరొక మంచి మార్గం. అయితే, చాలా ఎక్కువ సేపు కంటికి కంటికి చూడటం వలన కొంతమందికి అసౌకర్యంగా ఉండవచ్చు, కాబట్టి కొన్నిసార్లు చూపును తప్పించడం మంచిది.

3. తెరిచి ఉండండి

అపరిచితులతో మాట్లాడేటప్పుడు తెరిచి ఉండటం చాలా ముఖ్యం. దీని అర్థం మీ గురించి కొంచెం చెప్పడం, మీ ఆసక్తుల గురించి మాట్లాడటం మరియు వారి ప్రశ్నలకు సమాధానం ఇవ్వడం. కానీ మీరు వ్యక్తిగత సమాచారాన్ని పంచుకోవడంలో జాగ్రత్తగా ఉండాలి.

4. సానుకూలంగా ఉండండి

సానుకూల వైఖరితో అపరిచితులతో మాట్లాడండి. ఇది వారితో మాట్లాడటం మీకు సరదాగా ఉందని మరియు వారిని తెలుసుకోవడానికి మీరు ఆసక్తిగా ఉన్నారని చూపించే మంచి మార్గం.

5. గౌరవంగా ఉండండి

అపరిచితులను ఎల్లప్పుడూ గౌరవంగా చూడండి. వారి అభిప్రాయాలను గౌరవించండి, వారి సమయాన్ని గౌరవించండి మరియు వారి భావాలను గౌరవించండి. వారితో ఎలా మాట్లాడాలనుకుంటున్నారో అలాగే మాట్లాడండి.

ఆన్‌లైన్‌లో సమర్థవంతంగా కమ్యూనికేట్ చేయడం ఎలాగో తెలుసుకుందాం

ఆన్‌లైన్ కమ్యూనికేషన్ అనేది మన జీవితాలలో అత్యంత ముఖ్యమైన భాగాలలో ఒకటిగా మారింది. మనం సోషల్ మీడియాలో స్నేహితులతో చాట్ చేయవచ్చు, ఇమెయిల్ ద్వారా సహోద్యోగులకు సందేశాలు పంపవచ్చు లేదా వీడియో కాన్ఫరెన్స్ ద్వారా కుటుంబ సభ్యులతో మాట్లాడవచ్చు. కానీ ఆన్‌లైన్‌లో సమర్థవంతంగా కమ్యూనికేట్ చేయడం కొన్ని సార్లు సవాలుగా ఉండవచ్చు.

1. మీ ప్రేక్షకులను అర్థం చేసుకోండి

మీరు ఆన్‌లైన్‌లో ఎవరితో కమ్యూనికేట్ చేస్తున్నారో అర్థం చేసుకోవడం చాలా ముఖ్యం. వారి అవసరాలు, ఆసక్తులు మరియు అగ్రివా స్థాయి ఏమిటి? వారు ఈ సమాచారాన్ని ఎలా ఉపయోగిస్తారు? మీ సందేశాన్ని వారు ఎలా అర్థం చేసుకోవాలని కోరుకుంటున్నారు?

2. స్పష్టంగా మరియు తక్కువగా కమ్యూనికేట్ చేయండి

మీ సందేశాన్ని స్పష్టంగా మరియు తక్కువగా అందించండి. సంక్లిష్ట పదాలను మరియు పొడవాటి వాక్యాలను నివారించండి. మీ సందేశాన్ని బులెట్ పాయింట్లు, సంఖ్యలు మరియు ఉదాహరణలతో ఏర్పాటు చేయండి.

3. సరైన టోన్ ఉపయోగించండి

ఆన్‌లైన్‌లో కమ్యూనికేట్ చేసేటప్పుడు టోన్‌ను అర్థం చేసుకోవడం కష్టం కావచ్చు. కాబట్టి, మీ సందేశాన్ని ఎలా అర్థం చేసుకోవాలని కోరుకుంటున్నారో స్పష్టం చేయడానికి ఎమోజిలు లేదా పెద్ద అక్షరాలు వంటి సంకేతాలను ఉపయోగించడం మంచిది.

4. మీ గోప్యతను కాపాడుకోండి

ఆన్‌లైన్‌లో కమ్యూనికేట్ చేసేటప్పుడు మీ గోప్యతను కాపాడుకోవడం చాలా ముఖ్యం. మీ వ్యక్తిగత సమాచారాన్ని ఎవరితో పంచుకుంటున్నారో జాగ్రత్తగా ఉండండి.

5. నెటికెట్‌ను పాటించండి

నెటికెట్ అనేది ఆన్‌లైన్‌లో కమ్యూనికేట్ చేసేటప్పుడు పాటించాల్సిన మంచి ఆచారాల సమితి. ఇది ఇతరులను గౌరవించడం, పెద్ద అక్షరాలు ఉపయోగించడం మానుకోవడం మరియు స్పామ్ పంపకుండా ఉండటం వంటి విషయాలను కలిగి ఉంటుంది.

కష్టమైన పరిస్థితుల్లో కమ్యూనికేట్ చేయడం ఎలాగో తెలుసుకుందాం

కష్టమైన పరిస్థితుల్లో కమ్యూనికేట్ చేయడం అనేది సవాలుగా ఉండవచ్చు. కానీ కొన్ని సాధారణ చిట్కాలను అనుసరించడం ద్వారా, ఈ పరిస్థితులను సమర్ధవంతంగా ఎదుర్కోగలరు.

1. స్పష్టంగా మరియు తక్కువగా ఉండండి

మీ సందేశాన్ని స్పష్టంగా మరియు తక్కువగా అందించండి. సంక్లిష్ట పదాలను మరియు పొడవాటి వాక్యాలను నివారించండి. మీ సందేశాన్ని బుల్లెట్ పాయింట్లు, సంఖ్యలు మరియు ఉదాహరణలతో ఏర్పాటు చేయండి.

2. శ్రద్ధగా వినండి

మీరు కమ్యూనికేట్ చేస్తున్న వ్యక్తి ఏమి చెబుతున్నారో శ్రద్ధగా వినండి. వారి సమస్యలను వినండి మరియు వారికి మద్దతు ఇవ్వండి. వారికి సలహా ఇవ్వవలసిన అవసరం లేదు, కానీ వారు వినబడుతున్నారని మరియు అర్థం చేసుకున్నారని వారికి తెలియజేయండి.

3. గౌరవంగా ఉండండి

మీరు కమ్యూనికేట్ చేస్తున్న వ్యక్తిని ఎల్లప్పుడూ గౌరవించండి. వారి అభిప్రాయాలను గౌరవించండి, వారి సమయాన్ని గౌరవించండి మరియు వారి భావాలను గౌరవించండి. వారితో ఎలా మాట్లాడాలనుకుంటున్నారో అలాగే మాట్లాడండి.

4. సానుకూలంగా ఉండండి

సానుకూల వైఖరితో కమ్యూనికేట్ చేయడానికి ప్రయత్నించండి. ఇది మీరు సమస్యను పరిష్కరించగలరని

విశ్వసిస్తున్నారని మరియు మీరు వారితో కలిసి పనిచేయాలనుకుంటున్నారని వారికి తెలియజేస్తుంది.

5. మన్నించడం మరియు క్షమించడం నేర్చుకోండి

కష్టమైన పరిస్థితుల్లో మన్నించడం మరియు క్షమించడం నేర్చుకోవడం చాలా ముఖ్యం. ఇది మీరు సంబంధాన్ని బలంగా ఉంచుకోవడానికి మరియు ముందుకు సాగడానికి సహాయపడుతుంది.

కష్టమైన పరిస్థితుల్లో సమర్థవంతంగా కమ్యూనికేట్ చేయడానికి కొన్ని చిట్కాలు

- మీ భావాలను నిర్వహించండి. కష్టమైన పరిస్థితుల్లో భావోద్వేగంగా ఉండటం సహజమే, కానీ మీ భావాలను నిర్వహించడం ముఖ్యం. మీరు చెప్పేది మరియు చేసేది మీ భావాలచే నియంత్రించబడకుండా జాగ్రత్త వహించండి.

- విరామం తీసుకోండి. మీకు అవసరమైతే, విరామం తీసుకోండి మరియు సమస్యను తరువాత పరిష్కరించండి. ఇది మీరు స్పష్టంగా ఆలోచించడానికి మరియు మరింత సమర్థవంతంగా కమ్యూనికేట్ చేయడానికి సహాయపడుతుంది.

Chapter 4: సంజ్ఞాన కళలో నైపుణ్యం

శరీర భాష, ముఖ కవళికలు మరియు వాయిస్ టోన్: మౌఖికేతర కమ్యూనికేషన్

మౌఖికేతర కమ్యూనికేషన్ అంటే పదాలు లేకుండా జరిగే కమ్యూనికేషన్. ఇది మన శరీర భాష, ముఖ కవళికలు, వాయిస్ టోన్, ప్రాక్సిమిక్స్ (వ్యక్తిగత స్థలం) మరియు కైనేసిక్స్ (శరీర కదలికలు) ద్వారా వ్యక్తమవుతుంది. మనం మాట్లాడే పదాల కంటే మన శరీర భాష ఎక్కువ ప్రభావవంతంగా ఉంటుంది కాబట్టి, మన మౌఖికేతర కమ్యూనికేషన్ నైపుణ్యాలను అభివృద్ధి చేసుకోవడం చాలా ముఖ్యం.

శరీర భాష

మన శరీర భాష మన ఆలోచనలు, భావాలు మరియు సంస్కృతిని వెల్లడిస్తుంది. ఉదాహరణకు, మనం మాట్లాడేటప్పుడు మన చేతులు చాపి మాట్లాడితే, మనం స్నేహపూర్వకంగా మరియు స开放○ంగా ఉన్నామని అర్థం. మన చేతులను మన వెనుకన కట్టుకుంటే, మనం రక్షణాత్మకంగా లేదా నాడీగా ఉన్నామని అర్థం. మన కళ్ళను కలుపుకుంటే, మనం మనతో మాట్లాడుతున్న వ్యక్తికి శ్రద్ధ ఇస్తున్నామని అర్థం. మన కళ్ళను తిప్పుకుంటే, మనం అసౌకర్యంగా ఉన్నామని లేదా అబద్ధం చెబుతున్నామని అర్థం.

ముఖ కవళికలు

మన ముఖ కవళికలు మన భావాలను వ్యక్తీకరించడంలో ముఖ్యమైన పాత్ర పోషిస్తాయి. ఉదాహరణకు, మనం నవ్వితే, మనం సంతోషంగా ఉన్నామని అర్థం. మనం కోపంగా ఉన్నప్పుడు, మన ముఖం ఎర్రబడి, మన కళ్ళు చిన్నబోతాయి. మనం బాధగా ఉన్నప్పుడు, మన పెదాలు పింజుకోవచ్చు లేదా మన కళ్ళ నుండి నీళ్ళు కారవచ్చు.

వాయిస్ టోన్

మన వాయిస్ టోన్ మనం చెప్పే దానికి అర్థాన్ని జోడించగలదు. ఉదాహరణకు, మనం ఉత్సాహంగా మాట్లాడితే, మనం మనం చెప్పే దాని గురించి సానుకూలంగా ఉన్నామని అర్థం. మనం బోరింగ్‌గా మాట్లాడితే, మనం చెప్పే దాని గురించి నిర్లిప్తంగా ఉన్నామని అర్థం. మనం దృఢంగా మాట్లాడితే, మనం నిజాయితీగా ఉన్నామని మరియు మన అభిప్రాయాలను నమ్మామని అర్థం.

మౌఖికేతర కమ్యూనికేషన్‌ను ఎలా మెరుగుపరచుకోవాలి

మన మౌఖికేతర కమ్యూనికేషన్‌ను మెరుగుపరచుకోవడానికి, మన శరీర భాష, ముఖ కవళికలు మరియు వాయిస్ టోన్‌పై శ్రద్ధ వహించాలి. మనం ఈ క్రింది చిట్కాలను అనుసరించవచ్చు:

ధృవీకరణ కమ్యూనికేషన్: మీ అవసరాలు మరియు కోరికలను స్పష్టంగా మరియు గౌరవప్రదంగా తెలియజేయడం

ధృవీకరణ కమ్యూనికేషన్ అంటే మీ అవసరాలు మరియు కోరికలను స్పష్టంగా మరియు గౌరవప్రదంగా తెలుపడం. ఇది ఇతరుల భావాలను గౌరవించడం మరియు మీ స్వంత భావాలను మరియు అవసరాలను వ్యక్తీకరించడం మధ్య సమతుల్యతను కనుగొనడం. ధృవీకరణ కమ్యూనికేషన్ నైపుణ్యాలను అభివృద్ధి చేసుకోవడం వల్ల మీ సంబంధాలను మెరుగుపరచడానికి, మీ ఆత్మవిశ్వాసాన్ని పెంచుకోవడానికి మరియు మీ లక్ష్యాలను సాధించడానికి మీకు సహాయపడుతుంది.

ధృవీకరణ కమ్యూనికేషన్ యొక్క ప్రయోజనాలు

- మెరుగైన సంబంధాలు: ధృవీకరణ కమ్యూనికేషన్ మీరు ఇతరులను విలువైనవని మరియు గౌరవిస్తున్నారని చూపిస్తుంది. ఇది మీ సంబంధాలను బలపరుస్తుంది మరియు మరింత సంతృప్తిగా మారుస్తుంది.

- పెరిగిన ఆత్మవిశ్వాసం: ధృవీకరణ కమ్యూనికేషన్ మీరు మీ అవసరాలు మరియు కోరికలకు విలువ ఇస్తున్నారని చూపిస్తుంది. ఇది మీ ఆత్మవిశ్వాసాన్ని పెంచుతుంది మరియు మీ కోసం నిలబడటానికి మరింత సులభం చేస్తుంది.

- సాధించిన లక్ష్యాలు: ధృవీకరణ కమ్యూనికేషన్ మీరు మీ అవసరాలు మరియు కోరికలను స్పష్టంగా తెలియజేయడానికి సహాయపడుతుంది. ఇది మీ లక్ష్యాలను సాధించడానికి అవసరమైన మద్దతు

మరియు సహకారాన్ని పొందడానికి మీకు సహాయపడుతుంది.

ధృవీకరణ కమ్యూనికేషన్ నైపుణ్యాలను ఎలా అభివృద్ధి చేసుకోవాలి

ధృవీకరణ కమ్యూనికేషన్ నైపుణ్యాలను అభివృద్ధి చేసుకోవడానికి, మీ శరీర భాష, ముఖ కవళికలు, వాయిస్ టోన్‌పై శ్రద్ధ వహించాలి. మీరు ఈ క్రింది చిట్కాలను అనుసరించవచ్చు:

- మీరు ఏమి కోరుకుంటున్నారో స్పష్టంగా తెలుసుకోండి: మీరు ఏమి కోరుకుంటున్నారో మీకు తెలియకపోతే, దానిని ఇతరులకు తెలియజేయడం కష్టం. ముఖ్యమైన సంభాషణకు ముందు మీరు ఏమి కోరుకుంటున్నారో ఆలోచించండి.

- "I" సందేశాలను ఉపయోగించండి: "I" సందేశాలు మీ భావాలు మరియు అవసరాలను కేంద్రీకరించి ఉంటాయి. ఉదాహరణకు, "నేను బాధగా ఉన్నాను ఎందుకంటే మీరు మీ మాట నిలబెట్టుకోలేదు" అనేది "మీరు చాలా అ信頼నీయులు" అని చెప్పడం కంటే చాలా ధృవీకరణ.

సంఘర్షణ పరిష్కారం: సంఘర్షణను పరిష్కరించడానికి సమర్థవంతంగా కమ్యూనికేట్ చేయడం

సంఘర్షణ పరిష్కారం అంటే ఇద్దరు లేదా అంతకంటే ఎక్కువ పక్షాల మధ్య విభేదాలను లేదా వివాదాలను పరిష్కరించే ప్రక్రియ. ఇది నేర్చుకోవచ్చు మరియు పద్ధతితో మెరుగుపరచగలిగే నైపుణ్యం. సమర్థవంతమైన సంఘర్షణ పరిష్కారం సంబంధాలను మెరుగుపరచడానికి, ఒత్తిడిని తగ్గించడానికి మరియు సకారాత్మక ఫలితాలను సాధించడానికి సహాయపడుతుంది.

సంఘర్షణను పరిష్కరించడానికి సమర్థవంతంగా కమ్యూనికేట్ చేయడం ఎలా

సంఘర్షణను పరిష్కరించడానికి సమర్థవంతంగా కమ్యూనికేట్ చేయడానికి, ఈ క్రింది చిట్కాలను అనుసరించండి:

- శాంతంగా ఉండండి: సంఘర్షణ పరిష్కరించడానికి, మీరు శాంతంగా ఉండాలి మరియు మీ ఆలోచనలను స్పష్టంగా తెలియజేయగలగాలి. కోపంగా లేదా రక్షణాత్మకంగా ఉండడం సమస్యను మరింత తీవ్రం చేస్తుంది.

- సమస్యను స్పష్టంగా నిర్వచించండి: సంఘర్షణను పరిష్కరించడానికి మొదటి భగవం సమస్య ఏమిటో స్పష్టంగా నిర్వచించడం. సమస్య ఏమిటో అర్థం చేసుకోకుండా మీరు దానిని పరిష్కరించలేరు.

- వినడానికి సమయం తీసుకోండి: సంఘర్షణను పరిష్కరించడానికి, మీరు అవతల వ్యక్తి ఏమి

చెబుతున్నారో వినడానికి సమయం తీసుకోవాలి. వారి దృక్కోణాన్ని అర్థం చేసుకోవడానికి ప్రయత్నించండి.

- మీ భావాలను వ్యక్తీకరించండి: సంఘర్షణ పరిష్కరించడానికి, మీ భావాలను వ్యక్తీకరించడం ముఖ్యం. అయితే, మీ భావాలను వ్యక్తీకరించేటప్పుడు, అవతలి వ్యక్తిని దోషపూరితంగా చేయకుండా జాగ్రత్తపడండి.

- సమస్యకు పరిష్కారం కనుగొనడానికి సహకరించండి: సమస్యకు పరిష్కారం కనుగొనడానికి అవతలి వ్యక్తితో సహకరించండి. ఇద్దరి అవసరాలు మరియు కోరికలను తీర్చే పరిష్కారాన్ని కనుగొనడానికి ప్రయత్నించండి.

నచ్చజెప్పడం: ఇతరులను ప్రభావితం చేయడానికి సమర్థవంతంగా కమ్యూనికేట్ చేయడం

నచ్చజెప్పడం అంటే ఇతరుల ఆలోచనలు, భావాలు లేదా చర్యలను మార్చడానికి కమ్యూనికేషన్‌ని ఉపయోగించడం. ఇది మన దైనందిన జీవితంలో అన్నింటిలోనూ ఉపయోగించబడుతుంది - మనం మన పిల్లలను పడుకునేటట్లు చేయాలనుకున్నా, మన బాస్‌ని మనకు పెంపు ఇవ్వమని అడగాలనుకున్నా, లేదా మన స్నేహితులను మనతో మూవీకి రావాలని ఒప్పించాలనుకున్నా.

నచ్చజెప్పడంలో నైపుణ్యం కలిగి ఉండటం చాలా ముఖ్యం, ఎందుకంటే ఇది మన లక్ష్యాలను సాధించడానికి మరియు మన జీవితాల్లోని ప్రజలతో మంచి సంబంధాలను ఏర్పరచుకోవడానికి మనకు సహాయపడుతుంది.

నచ్చజెప్పడానికి సమర్థవంతంగా కమ్యూనికేట్ చేయడం ఎలా

నచ్చజెప్పడానికి సమర్థవంతంగా కమ్యూనికేట్ చేయడానికి, ఈ క్రింది చిట్కాలను అనుసరించండి:

- మీ ప్రేక్షకులను అర్థం చేసుకోండి: మీరు ఎవరిని నచ్చజెప్పాలనుకుంటున్నారో వారి అవసరాలు, కోరికలు మరియు విలువలను అర్థం చేసుకోవడం చాలా ముఖ్యం. వారి దృక్కోణాన్ని అర్థం చేసుకోవడానికి ప్రయత్నించండి మరియు వారికి ఏది ముఖ్యమో అర్థం చేసుకోండి.

- స్పష్టమైన మరియు సంక్షిప్తంగా ఉండండి: మీరు ఏమి చెప్పాలనుకుంటున్నారో స్పష్టంగా మరియు సంక్షిప్తంగా చెప్పండి. తిరగడం లేదా అనవసరమైన

వివరాలతో మీ ప్రేక్షకులను గందరగోళానికి గురి చేయవద్దు.

- బలమైన వాదనలను ఉపయోగించండి: మీ వాదనలను బలమైన ఆధారాలతో మద్దతు ఇవ్వండి. ఇందులో గణాంకాలు, నిపుణుల అభిప్రాయాలు లేదా వ్యక్తిగత అనుభవాలు ఉండవచ్చు.

- భావోద్వేగాలకు అప్పీల్ చేయండి: ప్రజలు తరచుగా తమ భావోద్వేగాల ఆధారంగా నిర్ణయాలు తీసుకుంటారు. మీ వాదనలకు భావోద్వేగపరమైన సంబంధాన్ని జోడించడం ద్వారా, మీరు మీ ప్రేక్షకులను నచ్చజెప్పే అవకాశాలను పెంచుకుంటారు.

Chapter 5: Putting It All Together
Chapter 5: అన్నిటినీ ఒకచోట చేర్చడం

సమాచార నైపుణ్యాన్ని అమలులో పెట్టడం

సమాచార నైపుణ్యం అనేది సంక్లిష్టమైన ఆలోచనలను స్పష్టంగా మరియు క్లుప్తంగా కమ్యూనికేట్ చేయగల సామర్థ్యం. ఇది వివిధ రకాల సమాచారాన్ని సంగ్రహించగల, విశ్లేషించగల మరియు సందర్భోచితంగా ఉపయోగించగల సామర్థ్యాన్ని కూడా కలిగి ఉంటుంది. సమాచార నైపుణ్యం వివిధ రకాల సెట్టింగులలో విజయవంతం కావడానికి అవసరమైన ముఖ్యమైన నైపుణ్యం, ఇందులో వ్యాపారం, విద్య, వ్యక్తిగత జీవితం మరియు మరిన్ని ఉన్నాయి.

సమాచార నైపుణ్యం అమలులో పెట్టడం అంటే ఏమిటి?

సమాచార నైపుణ్యాన్ని అమలులో పెట్టడం అంటే మీ కమ్యూనికేషన్ నైపుణ్యాలను వాస్తవ-ప్రపంచ పరిస్థితులలో ఉపయోగించడం. ఇది మీ ఆలోచనలు మరియు సందేశాలను స్పష్టంగా మరియు సంగ్రహంగా కమ్యూనికేట్ చేయగల సామర్థ్యాన్ని కలిగి ఉంటుంది, అలాగే వివిధ రకాల ప్రేక్షకులకు అనుగుణంగా మీ కమ్యూనికేషన్ శైలిని సర్దుబాటు చేయగల సామర్థ్యాన్ని కలిగి ఉంటుంది. సమాచార నైపుణ్యాన్ని అమలులో పెట్టడం అనేది శ్రోతలను వినగల మరియు వారి అవసరాలకు అనుగుణంగా మీ కమ్యూనికేషన్‌ను సర్దుబాటు చేయగల సామర్థ్యాన్ని కూడా కలిగి ఉంటుంది.

సమాచార నైపుణ్యాన్ని అమలులో పెట్టడానికి చిట్కాలు

- మీ ప్రేక్షకులను అర్థం చేసుకోండి. మీరు ఎవరితో మాట్లాడుతున్నారో అర్థం చేసుకోవడం చాలా ముఖ్యం, తద్వారా మీ సందేశాన్ని వారి అవసరాలకు మరియు ఆసక్తులకు అనుగుణంగా సర్దుబాటు చేయవచ్చు.

- స్పష్టంగా మరియు సంగ్రహంగా ఉండండి. మీ ఆలోచనలు మరియు సందేశాలను స్పష్టంగా మరియు సంగ్రహంగా కమ్యూనికేట్ చేయడానికి ప్రయత్నం చేయండి. అనవసరమైన వివరాలను నివారించండి మరియు మీ ప్రధాన పాయింట్లపై దృష్టి పెట్టండి.

- సరైన సమాచారాన్ని ఉపయోగించండి. మీరు అందించే సమాచారం సరైనదని మరియు సంబంధించినదని నిర్ధారించుకోండి. అనవసరమైన సమాచారాన్ని నివారించండి మరియు మీ ప్రధాన పాయింట్లను మద్దతు చేయడానికి తగినంత సమాచారాన్ని అందించండి.

మీ కమ్యూనికేషన్ నైపుణ్యాలను మెరుగుపరచడానికి చిట్కాలు

సమాచార నైపుణ్యాలు వ్యక్తిగత మరియు వృత్తిపరమైన విజయానికి అత్యవసరమైనవి. స్పష్టంగా మరియు సంగ్రహంగా కమ్యూనికేట్ చేయగల సామర్థ్యం మీ ఆలోచనలు మరియు సందేశాలను ఇతరులకు అందించడానికి మరియు వారి అవగాహనను పెంచడానికి మిమ్మల్ని అనుమతిస్తుంది. ఇది మీ సంబంధాలను బలోపేతం చేయడానికి, మీ కెరీర్‌ను ముందుకు తీసుకెళ్లడానికి మరియు మీ లక్ష్యాలను సాధించడానికి కూడా సహాయపడుతుంది.

మీ కమ్యూనికేషన్ నైపుణ్యాలను మెరుగుపరచడానికి మీరు చేయగలిగిన కొన్ని చిట్కాలు ఇక్కడ ఉన్నాయి:

1. మీ ప్రేక్షకులను అర్థం చేసుకోండి.

మీరు ఎవరితో మాట్లాడుతున్నారో అర్థం చేసుకోవడం చాలా ముఖ్యం, తద్వారా మీ సందేశాన్ని వారి అవసరాలకు మరియు ఆసక్తులకు అనుగుణంగా సర్దుబాటు చేయవచ్చు. వారి నేపథ్యం, వారి అనుభవాలు మరియు వారి ప్రేరణల గురించి తెలుసుకోవడానికి ప్రయత్నించండి. మీరు ఒకసారి వారి అవసరాలను అర్థం చేసుకున్నాక, వారి దృష్టి నుండి మీ సందేశాన్ని ఫ్రేమ్ చేయవచ్చు.

2. స్పష్టంగా మరియు సంగ్రహంగా ఉండండి.

మీ ఆలోచనలు మరియు సందేశాలను స్పష్టంగా మరియు సంగ్రహంగా కమ్యూనికేట్ చేయడానికి ప్రయత్నం చేయండి. అనవసరమైన వివరాలను నివారించండి మరియు మీ ప్రధాన

పాయింట్లపై దృష్టి పెట్టండి. మీ సందేశాన్ని సరళంగా మరియు సూటిగా ఉంచడానికి చిన్న వాక్యాలను ఉపయోగించండి.

3. సరైన సమాచారాన్ని ఉపయోగించండి.

మీరు అందించే సమాచారం సరైనదని మరియు సంబంధించినదని నిర్ధారించుకోండి. అనవసరమైన సమాచారాన్ని నివారించండి మరియు మీ ప్రధాన పాయింట్లను మద్దతు చేయడానికి తగినంత సమాచారాన్ని అందించండి. మీరు సమాచారాన్ని అందించేటప్పుడు, విశ్వసనీయ మూలాల నుండి మాత్రమే సమాచారాన్ని పొందండి.

4. వివిధ రకాల కమ్యూనికేషన్ ఛానెల్లను ఉపయోగించండి.

మీరు వివిధ రకాల కమ్యూనికేషన్ ఛానెల్లను ఉపయోగించడం ద్వారా మీ సందేశాన్ని విస్తృత శ్రేణి ప్రేక్షకులకు చేరవచ్చు. ఈ-మెయిల్, సోషల్ మీడియా, వ్యక్తిగత సమావేశాలు మరియు ఫోన్ కాల్లు వంటి ఛానెల్లను ఉపయోగించండి. ప్రతి ఛానెల్కు దాని స్వంత బలహీనతలు ఉంటాయి, కాబట్టి మీ సందేశాన్ని అత్యంత ప్రభావవంతంగా కమ్యూనికేట్ చేయడానికి సరైన ఛానెల్ను ఎంచుకోవడం ముఖ్యం.